MAZE

FOR KIDS

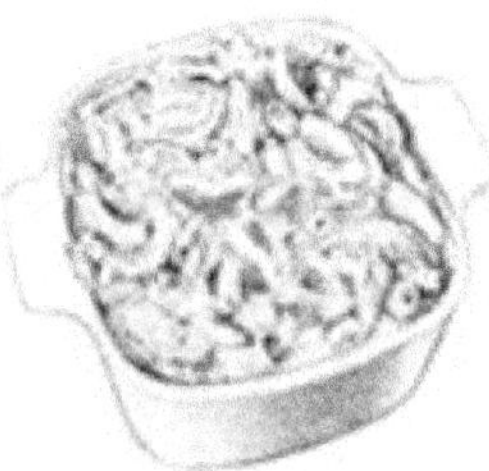

MAZE BOOK

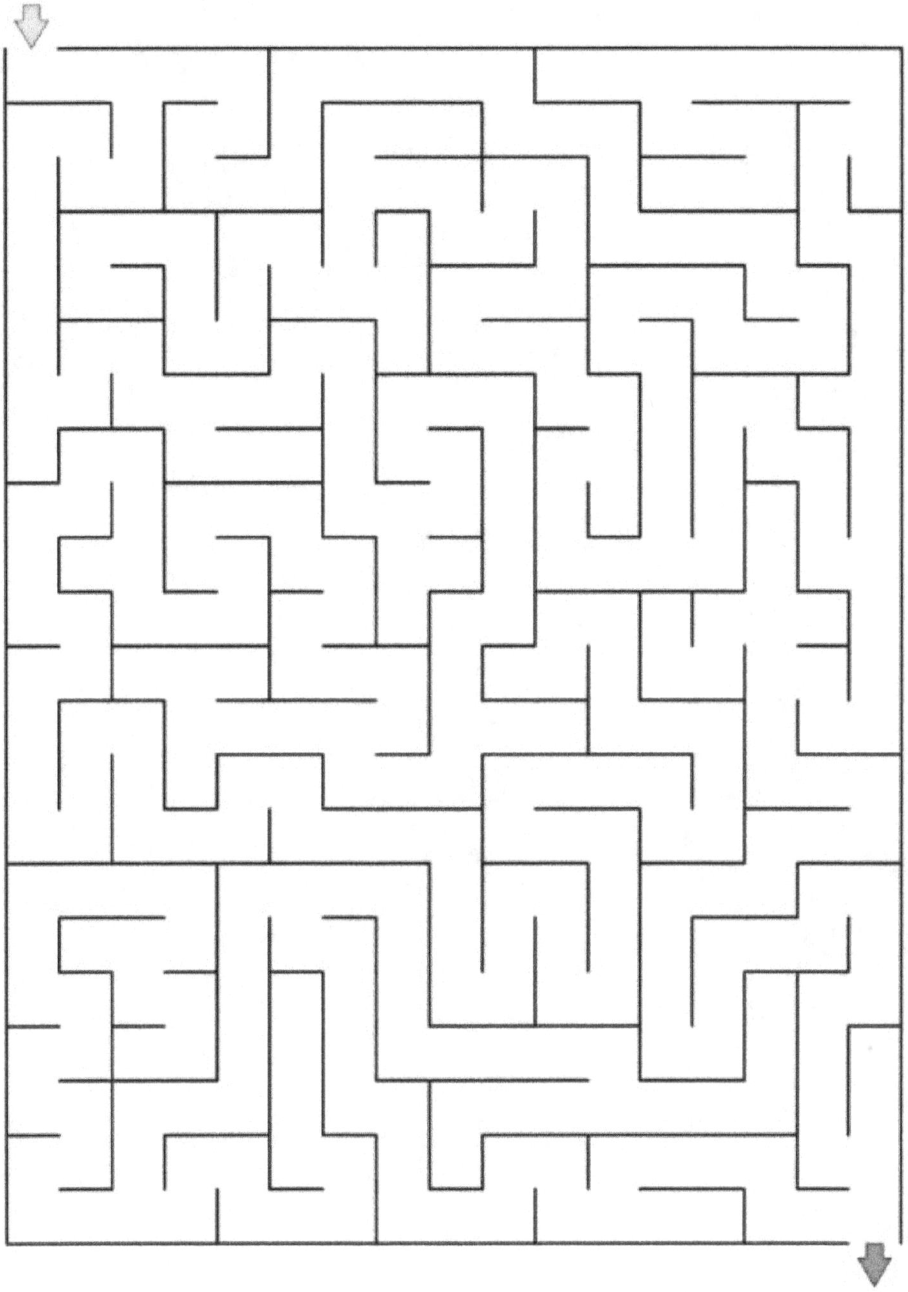

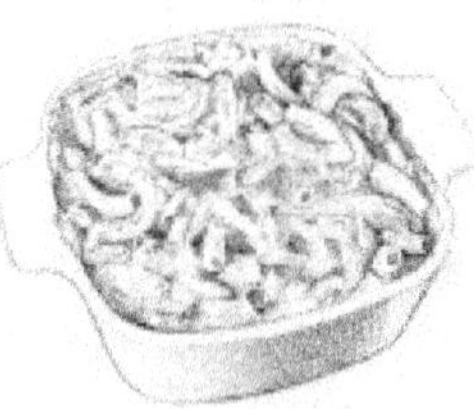

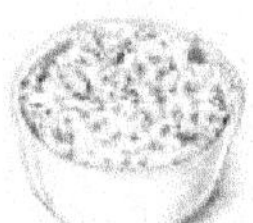

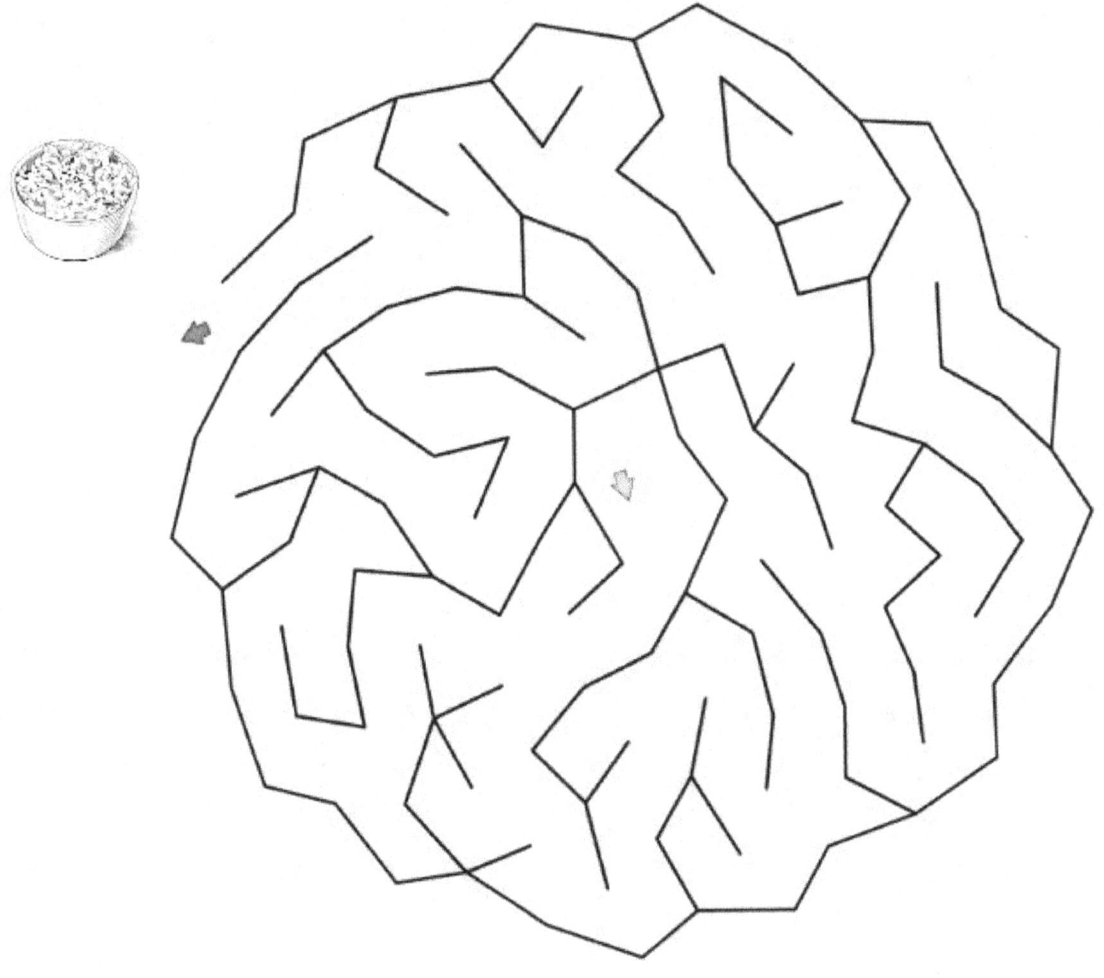

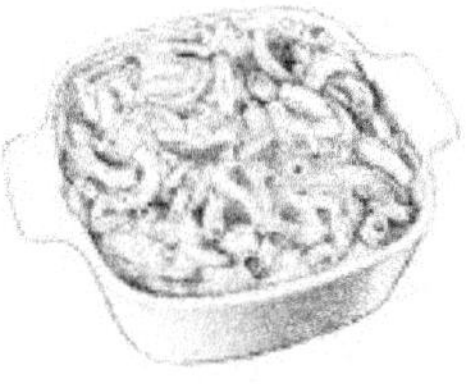

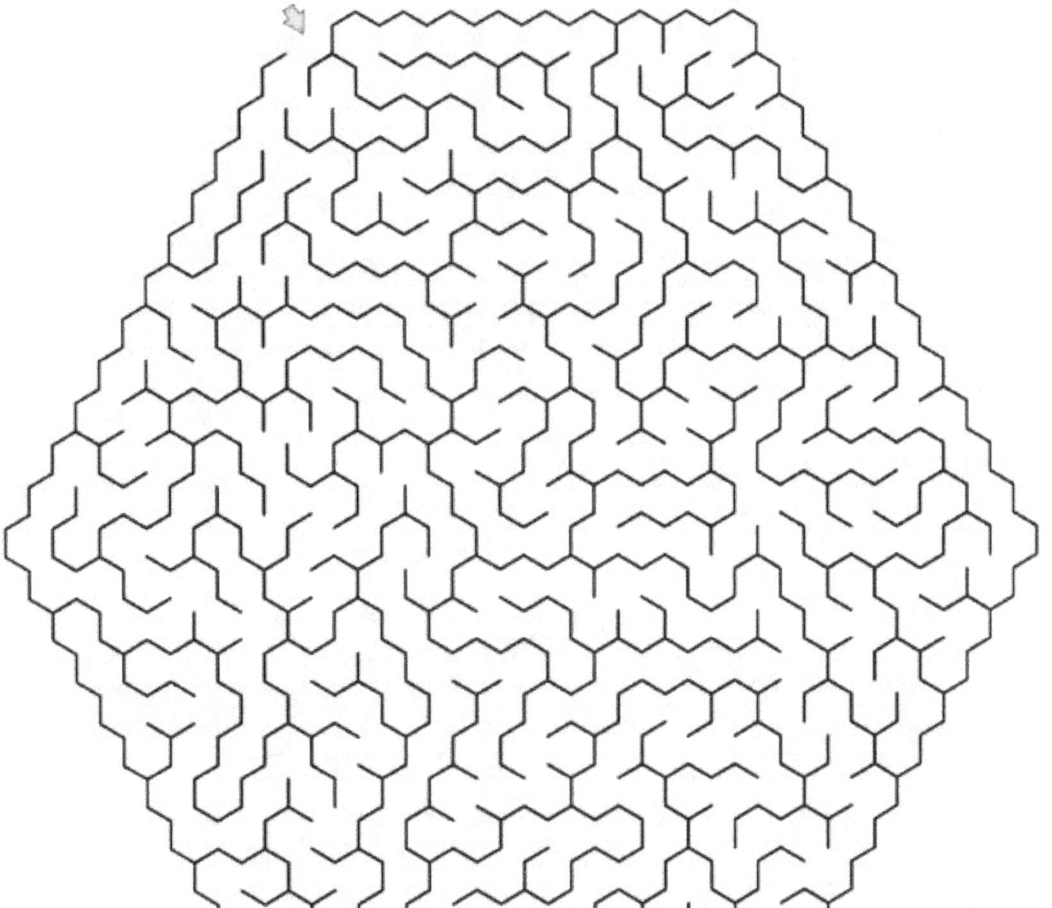

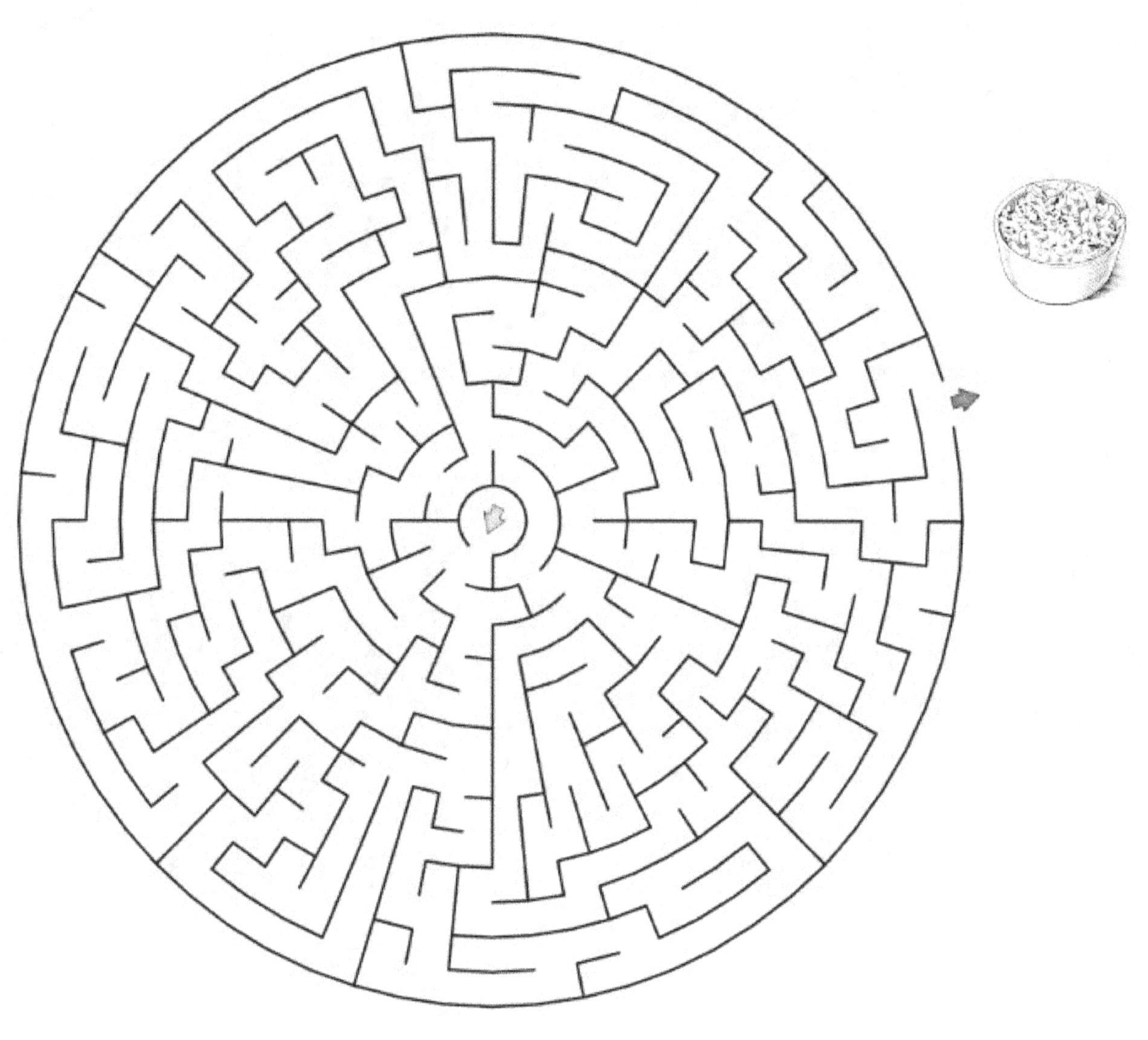

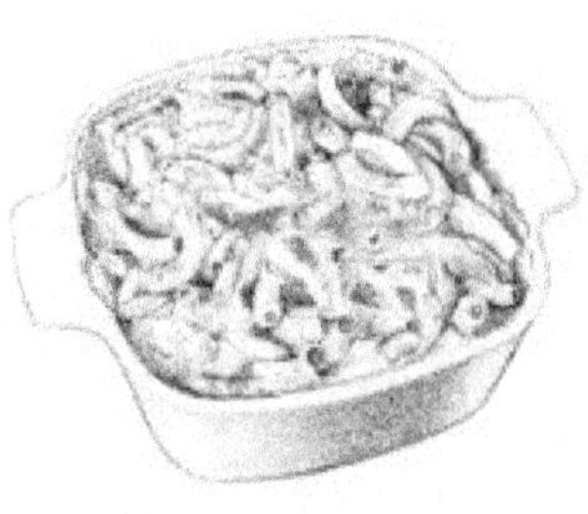

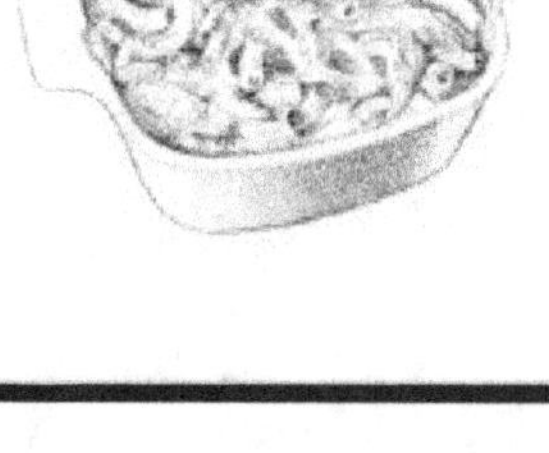

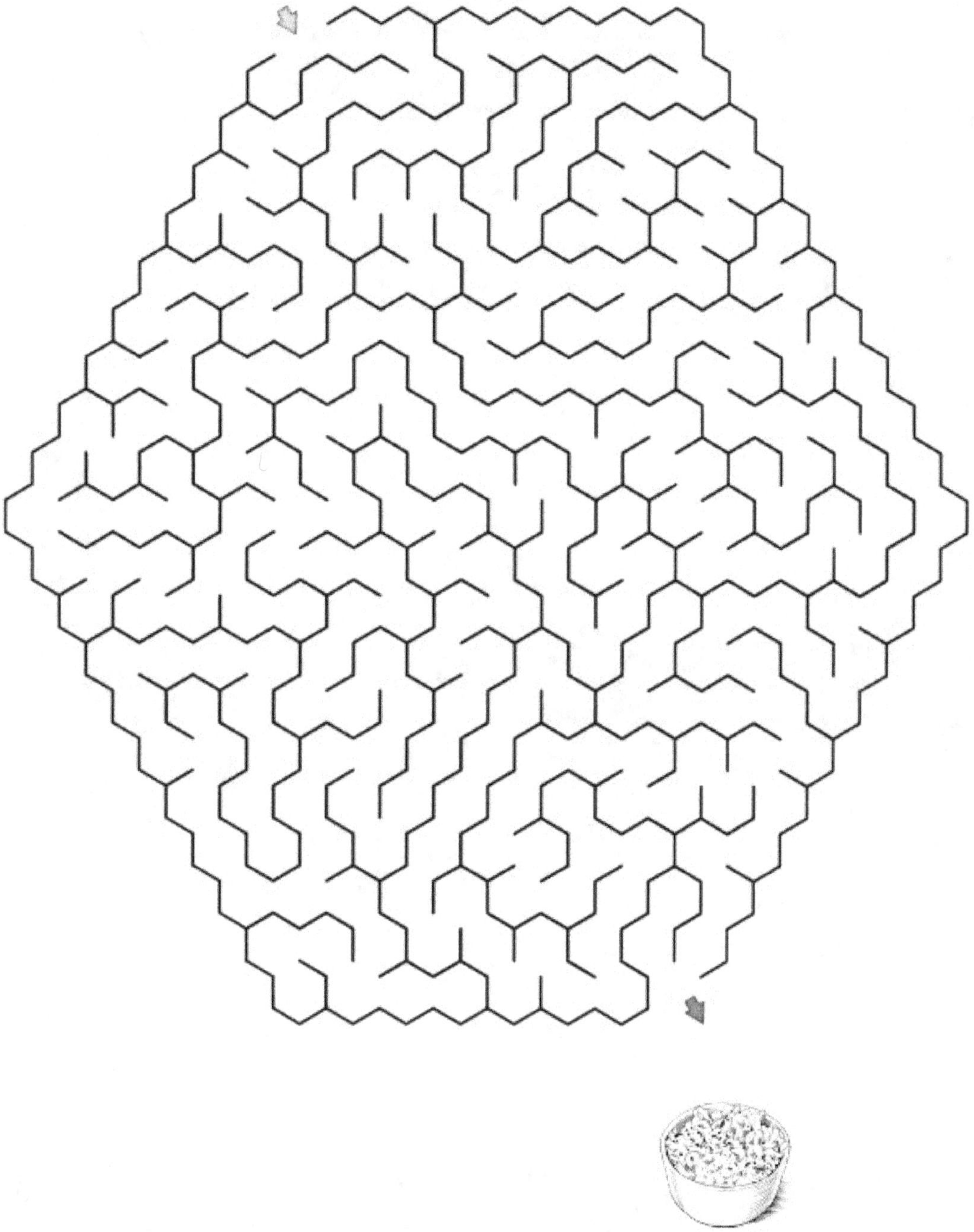

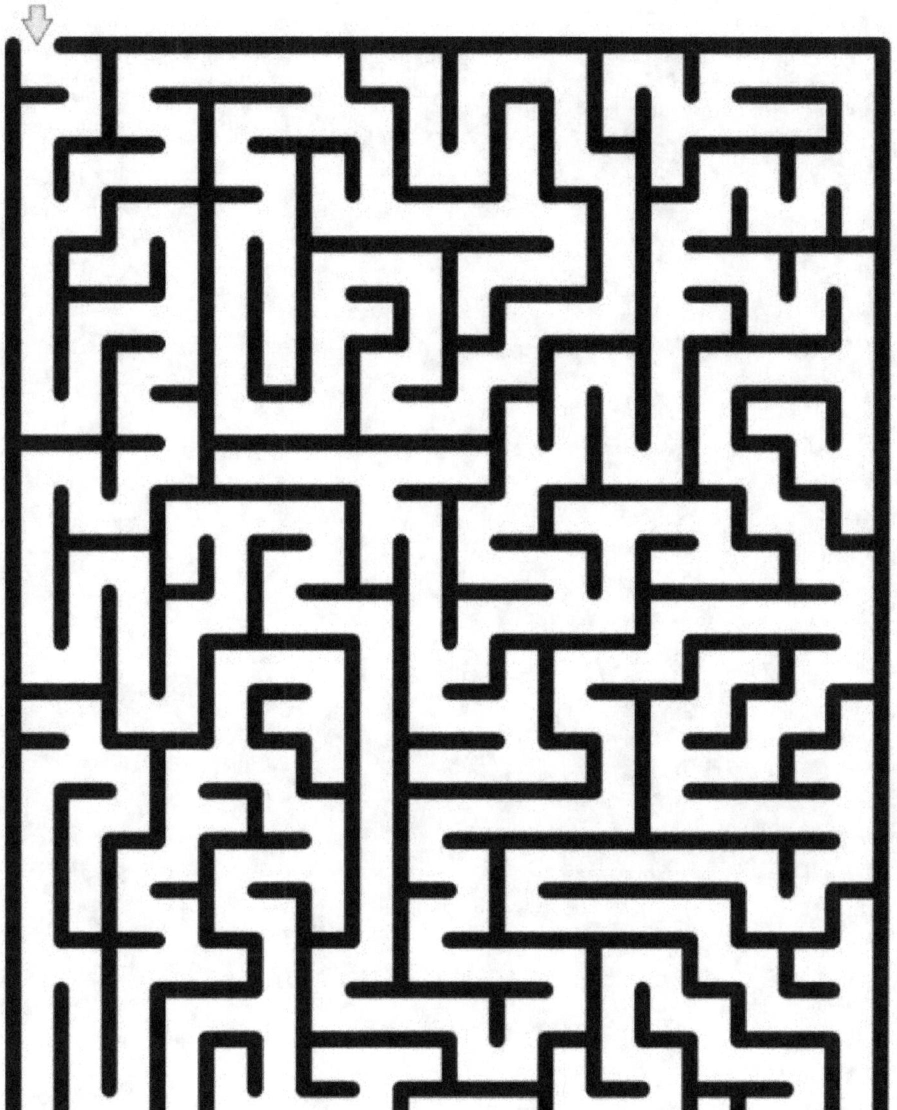

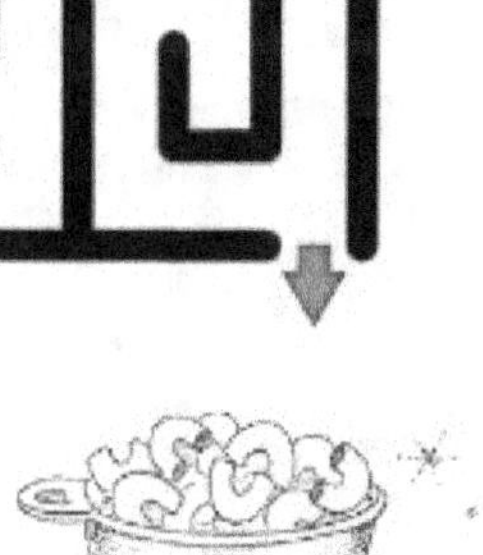

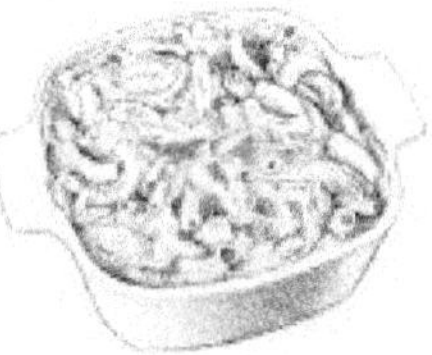

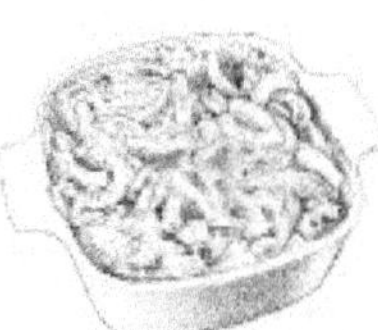